விசாவுக்காக காத்திருப்பு

AF527213

டாக்டர் பி. ஆர். அம்பேத்கர்

SASA PUBLISHING (OPC) PRIVATE LIMITED

ANDHRA PRADESH

Visavukkaga Kaathiruppu / விசாவுக்காக காத்திருப்பு

Dr. B. R. Ambedkar / டாக்டர் பி. ஆர். அம்பேத்கர்

REPUBLISHED IN 2026

PUBLISHED BY

SASA PUBLISHING (OPC) PRIVATE LIMITED

8-1, NEELITHOTTI KANDRIGA

SATYAVEDU – 517588, CHITOOR DISTRICT

ANDHRAPRADESH

Tel : 9441595078

sasapublishing@outlook.com

All rights reserved

No part of this publication may be reproduced, stored in retrieval system, or transmitted in any form or by any means, electronic, mechanical, photocopying, recording or otherwise, without the prior permission of the author.

Disclaimer: This book has been translated using Artificial Intelligence assistance.

ISBN : 978-93-48584-09-0

Contents

முன்னுரை

தொடக்கூடாத தன்மை (Untouchability) இருப்பதை வெளிநாட்டவர்கள் அறிந்திருக்கலாம். ஆனால் அவர்கள் அதை நேரில் அனுபவிக்காததால், அதன் உண்மையான கொடுமையை உணர முடியாது. ஒரு பெரிய இந்து கிராமத்தின் எல்லையில் சில தொடக்கூடாதவர்கள் வாழ்ந்து கொண்டு, தினமும் அந்த கிராமத்துக்குள் சென்று அங்குள்ள அசுத்தங்களை சுத்தப்படுத்தி, அங்கு உள்ளவர்களுக்கு வேலை செய்து, உணவை வீடுகளின் வாசலில் பெற்றுக் கொண்டு, கடைகளில் பொருட்களை தூரத்தில் இருந்து வாங்கி, அந்த கிராமத்தை தங்களது வீட்டாகக் கருதி வாழ்ந்தாலும், அந்த கிராமத்தில் உள்ள யாரையும் தொட முடியாது, யாராலும் தொடப்பட முடியாது — இதை புரிந்து கொள்வது வெளிநாட்டவர்களுக்கு கடினம்.

இந்த நிலையை விளக்குவதற்கு இரண்டு வழிகள் உள்ளன:

பொதுவான விளக்கம்

சம்பவங்களின் பதிவு

இவற்றில் இரண்டாவது வழி மிகவும் விளக்கமாக இருக்கும் என நான் கருதுகிறேன். எனவே, என் வாழ்க்கையிலும், மற்றவர்களின் அனுபவங்களிலும் இருந்து சில சம்பவங்களை எடுத்துக்கூறுகிறேன

அதிகாரம் 1

எங்கள் குடும்பம் முதலில் பம்பாய் பிரசிடென்சியின் ரத்நகிரி மாவட்டத்தில் உள்ள டாபோலி தாலுகாவில் இருந்து வந்தது. என் முன்னோர்கள் கிழக்கு இந்தியா கம்பெனியின் படையில் பணியாற்றினர். என் தந்தையும் அதே வழியைத் தொடர்ந்தார். அவர் சுபேதார் பதவியில் இருந்து ஓய்வு பெற்றார்.

ஓய்வுக்குப் பிறகு, எங்கள் குடும்பம் டாபோலிக்கு குடியேற நினைத்தது. ஆனால் பின்னர் சதாராவுக்கு மாற்றம் ஆனோம். 1901 ஆம் ஆண்டு நடந்த ஒரு சம்பவம் என் நினைவில் ஆழமாக பதிந்துள்ளது.

அப்போது என் தாய் இறந்துவிட்டார். என் தந்தை கோரேகாவிலே வேலை பார்த்து கொண்டிருந்தார். நான், என் அண்ணன் மற்றும் என் அக்காவின் குழந்தைகள் — நாங்கள் நான்கு பேரும் என் அத்தை கவனிப்பில் இருந்தோம். ஆனால் என் அத்தைக்கு உடல் நலம் குறைவு; எங்களை கவனிக்க முடியவில்லை.

நாங்கள் பள்ளிக்கு போகவும், உணவு சமைக்கவும் நாமே முயன்றோம். ரொட்டி செய்ய முடியாததால், அரிசி மற்றும் இறைச்சி சேர்த்து புலாவ் செய்து சாப்பிட்டோம்.

ஒருநாள், என் தந்தை கோரேகாவிற்கு வருமாறு அழைத்தார். ரயிலில் பயணம்

செய்வது எங்களுக்கு முதல் அனுபவம். மிகவும் மகிழ்ச்சியுடன் பயணத்திற்குத் தயாரானோம்.

நாங்கள் மிகுந்த உற்சாகத்துடன் பயணத் தயாரிப்புகளை செய்தோம். ஆங்கில முறையில் செய்யப்பட்ட புதிய சட்டைகள், அழகான தொப்பிகள், புதிய காலணிகள், பட்டுப் பட்டாடைகள்—all அனைத்தும் எங்களுக்கு வாங்கிக் கொடுக்கப்பட்டன. எப்போது புறப்படுகிறோம் என்பதைத் தந்தைக்கு எழுதிவிட்டோம்; அவர் ரயில் நிலையத்திற்கு தனது வேலைக்காரரை அனுப்புவதாக கூறியிருந்தார்.

நான், என் அண்ணன், மற்றும் என் அக்காவின் மகன்—நாங்கள் மூவரும் சதாராவிலிருந்து புறப்பட்டோம். எங்கள் அத்தை அயல்வாசிகளின் பாதுகாப்பில் விட்டுச் செல்லப்பட்டார். ரயில் நிலையம் எங்கள் வீட்டிலிருந்து 10 மைல் தூரத்தில் இருந்ததால், ஒரு குதிரைவண்டி (டோங்கா) வாடகைக்கு எடுத்து சென்றோம்.

புதிய ஆடைகளை அணிந்து மகிழ்ச்சியுடன் புறப்பட்டோம். ஆனால் எங்களை விடைபெற்றபோது என் அத்தை மிகுந்த துயரத்தில் அழுதார்.

ரயில் நிலையத்தை அடைந்ததும், என் அண்ணன் டிக்கெட்டுகளை வாங்கினார். எனக்கும் என் அக்காவின் மகனுக்கும் தலா இரண்டு அன்னா காசு கொடுத்தார். உடனே நாங்கள் அந்த பணத்தை வைத்து லெமனேட் வாங்கி குடித்தோம்—எங்கள் “விலாசமான வாழ்க்கை” அங்கேயே தொடங்கியது!

சிறிது நேரத்தில் ரயில் வந்தது. தவறவிடக் கூடாது என்ற பயத்தில் விரைவாக ஏறினோம். கோரேகாவிற்கு அருகிலுள்ள மசூர் என்ற நிலையத்தில் இறங்க வேண்டும் என்று கூறப்பட்டிருந்தது.

மாலை 5 மணியளவில் மசூர் நிலையத்தை அடைந்தோம். இறங்கிய பிறகு, மற்ற பயணிகள் அனைவரும் தங்கள் வழியில் சென்றுவிட்டனர். நாங்கள் நால்வரும் தந்தையையோ அல்லது அவர் அனுப்பிய வேலைக்காரனையோ எதிர்பார்த்து காத்திருந்தோம்.

நேரம் கடந்து கொண்டே போனது. யாரும் வரவில்லை.

ஒரு மணி நேரம் கழித்து, நிலைய மேலாளர் எங்களிடம் வந்து "ஏன் இங்கே இருக்கிறீர்கள்?" என்று கேட்டார். நாங்கள் கோரேகாவிற்கு செல்ல வேண்டுமென்று, தந்தையை எதிர்பார்த்து காத்திருக்கிறோம் என்று சொன்னோம்.

எங்கள் உடை மற்றும் நடத்தை பார்த்து, அவர் நாங்கள் பிராமணக் குழந்தைகள் என்று நினைத்தார். ஆனால் அவர் "நீங்கள் யார்?" என்று கேட்டபோது, நான் யோசிக்காமல் "நாங்கள் மகார்கள்" என்று சொல்லிவிட்டேன்.

அந்த ஒரு வார்த்தை எல்லாவற்றையும் மாற்றியது.

அவருடைய முகம் உடனே மாறிவிட்டது. வெறுப்பும் அச்சமும் கலந்த ஒரு உணர்வு அவரை ஆட்கொண்டது. உடனே எங்களை விட்டு விலகி சென்றார்.

நாங்கள் அதே இடத்தில் நின்றுகொண்டே இருந்தோம்.

சூரியன் மறைந்து கொண்டிருந்தான். தந்தையும் வரவில்லை, வேலைக்காரனும் வரவில்லை, இப்போது நிலைய மேலாளரும் எங்களை விட்டு விலகிவிட்டார். ஆரம்பத்தில் இருந்த மகிழ்ச்சி முழுவதும் துயரமாக மாறிவிட்டது.

சில நேரம் கழித்து, நிலைய மேலாளர் மீண்டும் வந்து “இப்போது என்ன செய்வீர்கள்?” என்று கேட்டார்.

நாங்கள் “ஒரு மாட்டுவண்டி கிடைத்தால் கோரேகாவிற்கு செல்வோம்” என்றோம்.

பல மாட்டுவண்டிகள் இருந்தாலும், நாங்கள் ‘மகார்கள்’ என்று தெரிந்ததும், எவரும் எங்களை ஏற்றிக் கொள்ள தயாராக இல்லை. நாம் இரட்டிப்பு கட்டணம் கொடுக்கத் தயார் என்றாலும், யாரும் சம்மதிக்கவில்லை.

பின்னர் நிலைய மேலாளருக்கு ஒரு யோசனை வந்தது.
“நீங்கள் வண்டி ஓட்டத் தெரிகிறதா?” என்று கேட்டார்.
நாங்கள் உடனே “ஆம்” என்றோம்.

அதன்படி, ஒரு வண்டியாளர் சம்மதித்தார்—ஆனால் ஒரு நிபந்தனை:
நாங்களே வண்டி ஓட்ட வேண்டும்; அவர் அருகில் நடந்து வருவார்.

மாலை 6.30 மணிக்கு பயணம் தொடங்கியது.

சில தூரம் சென்றபின், ஒரு ஆற்றை அடைந்தோம். அங்கு தண்ணீர் இருந்தது. அங்கு நின்று சாப்பிடலாம் என்று வண்டியாளர் கூறினார். நாங்கள் சம்மதித்தோம்.

அவர் தனது உணவிற்காக கிராமத்திற்குச் செல்ல பணம் கேட்டார். நாங்கள் கொடுத்தோம்.

நாங்கள் எங்கள் உணவுப் பெட்டியைத் திறந்து சாப்பிட ஆரம்பித்தோம். ஆனால் தண்ணீர் தேவைப்பட்டது.

ஆற்றில் இருந்த தண்ணீர் மிகவும் அழுக்காக இருந்தது—மாடுகளின் கழிவுகள் கலந்திருந்தது. குடிக்க முடியாத நிலை.

நாங்கள் உணவை முடிக்க முடியாமல் காத்திருந்தோம்.

வண்டியாளர் மிகவும் தாமதமாக வந்தார். பின்னர் மீண்டும் பயணம் தொடங்கியது.

சில மைல்கள் சென்றபின், அவர் திடீரென வண்டியில் ஏறி, கயிற்றைப் பிடித்து ஓட்ட ஆரம்பித்தார். முன்பு “தொட்டால் மாசாகிவிடும்” என்று பயந்தவர், இப்போது எங்களுடன் உட்கார்ந்தார்—ஆனால் நாங்கள் கேள்வி கேட்கத் தயங்கினோம்.

இரவு இருள் சூழ்ந்தது. வழியெல்லாம் அமைதியாக இருந்தது. மனிதர்களோ, மிருகங்களோ எதுவும் இல்லை.

எங்களுக்கு பயம் அதிகரித்தது.

கோரேகாவை எப்போது அடைவோம் என்று கேட்க, “இன்னும் கொஞ்சமே” என்று அவர் கூறிக்கொண்டே இருந்தார்.

இரவு 10 மணி ஆகியும் எதுவும் தெரியவில்லை.

எங்களுக்கு சந்தேகம் ஏற்பட்டது—அவர் எங்களை ஏமாற்றி, கொள்ளையடிக்கவோ, கொல்லவோ திட்டமிட்டிருக்கலாம்!

நாங்கள் அழ ஆரம்பித்தோம்.

பரோடாவிற்கு பெரிய நம்பிக்கையுடன் வந்த அவர்,
11 நாட்களில் அதனை விட்டு வெளியேற வேண்டிய நிலைக்கு தள்ளப்பட்டார்.

இந்த அனுபவத்தின் உண்மை

இந்த சம்பவம் அவருக்கு ஒரு கடுமையான உண்மையை உணர்த்தியது:

ஒரு இந்துவுக்கு தொடக்கூடாதவன் என்றால்,
அவன் பார்சிக்கும் தொடக்கூடாதவனே.

அதிகாரம் 3

1929 ஆம் ஆண்டு, Bombay Presidency அரசாங்கம் "தொடக்கூடாதவர்களின் குறைகளை ஆய்வு செய்ய" ஒரு குழுவை நியமித்தது. அந்தக் குழுவில் B. R. Ambedkar அவர்களும் உறுப்பினராக இருந்தார்.

இந்தக் குழுவின் பணியாக, மாகாணம் முழுவதும் சுற்றிப் பார்த்து, அநீதிகள், அடக்குமுறைகள், சமூக புறக்கணிப்புகள் குறித்து ஆய்வு செய்தல் இருந்தது.

குழு உறுப்பினர்கள் பிரிக்கப்பட்டனர். அம்பேத்கரும் மற்றொரு உறுப்பினரும் Khandesh மாவட்டங்களுக்கு பொறுப்பாக நியமிக்கப்பட்டனர்.

தங்களது ஆய்வு பணிகளை முடித்த பின், இருவரும் பிரிந்தனர். அவரது சக உறுப்பினர் ஒரு சாமியாரைச் சந்திக்கச் சென்றார். அம்பேத்கர் மும்பைக்கு திரும்புவதற்காக ரயிலில் புறப்பட்டார்.

சாலிஸ்கான் நிலையம் – ஒரு திருப்புமுனை

அவர் சாலிஸ்கான் என்ற நிலையத்தில் இறங்கி, ஒரு கிராமத்தில் நடந்த "சமூக புறக்கணிப்பு" (social boycott) சம்பவத்தை ஆய்வு செய்யச் சென்றார்.

அந்த கிராமத்தின் நிலையை ஆராய்ந்து முடித்து, மீண்டும் சாலிஸ்கானுக்கு திரும்பினார்.

அங்கு உள்ள தொடக்கூடாத மக்கள் அவரை வரவேற்று, "இன்று இரவு எங்களுடன் தங்க வேண்டும்" என்று கேட்டுக்கொண்டனர்.

முதலில் அவர் நேராக மும்பைக்கு செல்ல நினைத்திருந்தாலும், அவர்கள் வற்புறுத்தியதால் சம்மதித்தார்.

வண்டி பயணம் – ஆரம்பம்

சாலிஸ்கான் ரயில் நிலையத்தில் இருந்து "மஹாார்வாடா" (தொடகூடாதவர்களின் குடியிருப்பு) சுமார் 2 மைல் தூரத்தில் இருந்தது.

நடந்து செல்லலாம். குதிரைவண்டிகளும் இருந்தன.

ஆனால் உடனே அவரை அழைத்துச் செல்ல யாரும் முன்வரவில்லை.

சில நேரம் கழித்து ஒரு டோங்கா (குதிரைவண்டி) கொண்டு வரப்பட்டது. அவர் அதில் ஏறினார்.

விபத்து

வண்டி சில தூரம் சென்றபோது, ஒரு மோட்டார் கார் உடன் மோதுவதற்கு நெருங்கியது. ஒரு போலீஸ்காரர் கூச்சலிட்டதால் விபத்து தவிர்க்கப்பட்டது.

பின்னர் அவர்கள் ஒரு ஆற்றின் மீது உள்ள குறுகிய பாலம் (culvert) அடைந்தனர்.

அந்த பாலத்தில் திரும்பும்போது, குதிரை திடீரென தவறாக ஓடியது.

வண்டியின் சக்கரம் கல்லில் மோதியது. அம்பேத்கர் வண்டியிலிருந்து தூக்கி

சில நேரம் கழித்து, தூரத்தில் ஒரு விளக்கு தெரிந்தது.

அவர் “அது டோல் கேட். அங்கே இரவு தங்கலாம்” என்றார்.

அதை அடைய இரண்டு மணி நேரம் எடுத்தது.

அங்கே சென்றதும், தண்ணீர் கேட்டோம். அவர் எச்சரித்தார்: “நீங்கள் மகார்கள் என்று சொன்னால் தண்ணீர் கிடைக்காது. முஸ்லீம்கள் என்று சொல்லுங்கள்.”

நான் சென்று “நாங்கள் முஸ்லீம்கள்” என்று கூறினேன்.

ஆனால் அது பயனளிக்கவில்லை.

“உங்களுக்கு தண்ணீர் இல்லை!” என்று அவர் மறுத்தார்.

நாங்கள் பசியுடனும் தாகத்துடனும் தூங்கினோம்.

அந்த இரவில், ஒரு உண்மை எங்கள் மனதில் பதிந்தது:

“தொடக்கூடாதவர்கள் என்பதால், நாங்கள் தண்ணீர் கூட பெற முடியவில்லை.”

அடுத்த நாள் காலை, நாங்கள் கோரேகாவை அடைந்தோம். தந்தை எங்களை எதிர்பார்க்கவில்லை—எங்கள் கடிதம் அவரிடம் சேரவில்லை.

இந்த சம்பவத்தின் தாக்கம்

இந்த சம்பவம் என் வாழ்க்கையில் அழியாத தடம் பதித்தது.

இதற்கு முன் நான் தொடக்கூடாதவன் என்று தெரிந்திருந்தாலும், அதன்

கொடுமையை இவ்வளவு ஆழமாக உணரவில்லை.

இந்த அனுபவம் எனக்கு ஒரு பெரிய அதிர்ச்சியை அளித்தது—**சாதி அடிப்படையிலான அவமானம் எவ்வளவு கொடூரமானது என்பதை உணர வைத்தது.**

அதிகாரம் 2

1916 ஆம் ஆண்டு நான் இந்தியாவிற்கு திரும்பினேன். B. R. Ambedkar அவர்கள், Baroda State மஹாராஜாவின் உதவியால் உயர்கல்விக்காக அமெரிக்காவிற்கு அனுப்பப்பட்டிருந்தார். 1913 முதல் 1917 வரை Columbia Universityயில் கல்வி கற்றார். பின்னர் 1917ல் London சென்று London School of Economicsயில் மேல்படிப்பைத் தொடர்ந்தார்.

1918ல், தனது படிப்பை முடிக்காமல் இந்தியாவிற்கு திரும்ப வேண்டிய சூழ்நிலை ஏற்பட்டது. பரோடா அரசின் உதவியுடன் படித்ததால், அந்த அரசுக்கு பணியாற்ற வேண்டிய கட்டாயம் இருந்தது. அதன்படி, அவர் பரோடாவிற்கு சென்றார்.

ஆனால், அங்கு அவருக்கு ஏற்பட்ட சமூக அனுபவங்களே இங்கு முக்கியம்.

ஐரோப்பாவிலும் அமெரிக்காவிலும் இருந்த ஐந்து ஆண்டுகள், "நான் தொடக்கூடாதவன்" என்ற உணர்வை முற்றிலும் அழித்துவிட்டன. ஆனால் பரோடா ரயில் நிலையத்தில் இறங்கியவுடன், ஒரு கேள்வி அவரை வாட்டியது:

"நான் எங்கு தங்கப் போகிறேன்? யார் என்னை ஏற்றுக்கொள்வார்கள்?"

இந்தியாவில் உள்ள இந்து விடுதிகள் (Vishis) அவரை ஏற்காது என்பது தெரிந்ததே. போலி அடையாளத்தில் தங்கலாம் என்றாலும், அது

வெளிப்பட்டால் ஏற்படும் விளைவுகள் மிக மோசமானவை.

அவருக்கு சில நண்பர்கள் இருந்தனர். ஆனால் அவர்கள் வீட்டில் தங்குவது அவர்களுக்கு சிரமமாக இருக்கலாம் என்ற எண்ணம் அவரை தடுத்து நிறுத்தியது.

அந்த நேரத்தில், ஒரு வண்டி ஓட்டுநரிடம் கேட்டபோது, "பார்சி விடுதி ஒன்று உள்ளது" என்று கூறினார்.

பார்சிகள் Zoroastrianism மதத்தை பின்பற்றுபவர்கள்; அவர்கள் தொடக்கூடாத தன்மையை ஏற்க மாட்டார்கள். எனவே நம்பிக்கையுடன் அந்த விடுதிக்குச் சென்றார்.

விடுதியின் கீழ்தளத்தில் ஒரு வயதான பார்சி குடும்பம் இருந்தது. அவர்கள் உணவும் தங்கும் வசதியும் அளித்தனர். ஆரம்பத்தில் எல்லாம் சரியாக இருந்தது.

ஆனால், சில நிமிடங்களில் பராமரிப்பாளர் ஒரு பதிவு புத்தகத்துடன் வந்து, "நீங்கள் யார்?" என்று கேட்டார்.

அவர் உண்மையைச் சொன்னார்: "நான் இந்து."

அந்த பதில் கேட்டு பராமரிப்பாளர் அதிர்ச்சி அடைந்தார்.
"இது பார்சிகளுக்கான விடுதி; நீங்கள் இங்கே தங்க முடியாது" என்றார்.

அந்த நிலையில், அவர் ஒரு யோசனை முன்வைத்தார்:
"நான் பார்சி பெயரில் பதிவு செய்து தங்குகிறேன்."

சில தயக்கத்துடன் பராமரிப்பாளர் சம்மதித்தார். தினமும் ஒன்றரை ரூபாய் கட்டணம் என்று ஒப்பந்தம் செய்தார்.

இவ்வாறு, அவர் ஒரு பார்சி போல நடித்து அந்த விடுதியில் தங்க ஆரம்பித்தார்.

தனிமை மற்றும் பயம்

அந்த விடுதியில் அவர் முற்றிலும் தனியாக இருந்தார்.

ஒரு சிறிய அறை, ஒரு குளியலறை, மற்றும் ஒரு பெரிய காலியான மண்டபம்—அதில் உடைந்த பொருட்கள் மட்டுமே.

மின்சாரம் இல்லை. ஒரு சிறிய விளக்கே ஒளி.

பாதுகாவலர் காலை, மதியம், இரவு உணவு கொண்டு வந்து உடனே போய்விடுவார். பேசவே மாட்டார்.

மீதியுள்ள நேரம் முழுவதும் அவர் தனிமையில் இருந்தார்.

பயத்தை மறக்க புத்தகங்களை வாசித்தார். ஆனால் இரவில் வௌவால்களின் சத்தம் கூட அவரை அச்சுறுத்தியது.

உண்மை வெளிப்படுகிறது

11வது நாளில், அவர் அலுவலகத்திற்கு செல்ல தயாராக இருந்தபோது, படிக்கட்டில் பலர் வரும் சத்தம் கேட்டது.

சில நிமிடங்களில், கையில் குச்சிகளுடன் கோபமாக வந்த பார்சிகள் அவரது அறையின் முன் நின்றனர்.

அவர்கள் சத்தமாகக் கேட்டனர்:

“நீ யார்?”

“எப்படி பார்சி பெயரில் தங்கினாய்?”

“நீ இந்த விடுதியை மாசுபடுத்திவிட்டாய்!”

அவர் அமைதியாக இருந்தார். ஏமாற்றம் வெளிப்பட்டது.

அவர்கள் உடனடியாக வெளியேற உத்தரவு பிறப்பித்தனர்:

"இன்றே மாலை இந்த இடத்தை விட்டு வெளியேறு!"

அவர் ஒரு வாரம் அவகாசம் கேட்டார். ஆனால் அவர்கள் மறுத்தனர்.

உதவி தேடல் – தோல்வி

அவர் நண்பர்களிடம் உதவி கேட்டார்.

ஒரு இந்து நண்பர் வருந்தினார், ஆனால் சொன்னார்:

"நீ என் வீட்டுக்கு வந்தால், என் வேலைக்காரர்கள் வேலை விட்டு போய்விடுவார்கள்."

ஒரு கிறிஸ்தவ நண்பரும் மறைமுகமாக மறுத்தார்.

எங்கும் இடமில்லை.

தனிமையின் உச்சம்

மாலை 4 மணி. எங்கு செல்லுவது தெரியவில்லை.

இரவு 9 மணிக்கு மும்பை செல்லும் ரயில் வரை, அவர் Kamathi Baug என்ற பூங்காவில் தனியாக அமர்ந்திருந்தார்.

துக்கமும், வெறுப்பும், நம்பிக்கையின்மையும்—அவை அனைத்தும் அவரை சூழ்ந்தன.

முடிவு

இரவு, விடுதிக்கு திரும்பி, தனது பொருட்களை எடுத்துக் கொண்டு, அமைதியாக வெளியேறினார்.

வீசப்பட்டார்.

குதிரையும் வண்டியும் ஆற்றில் விழுந்தன.

அவர் மயக்கமடைந்தார்.

காயம் மற்றும் உண்மை

அவரை அருகிலிருந்த மக்கள் தூக்கி கொண்டு சென்றனர். அவரது கால் முறிந்தது. பல நாட்கள் அவர் படுக்கையிலேயே இருந்தார்.

இந்த விபத்து எப்படி நடந்தது என்று அவர் ஆச்சரியப்பட்டார்.

உண்மை வெளிப்பாடு

பின்னர் உண்மை தெரிய வந்தது:

குதிரைவண்டி ஓட்டுநர்கள், "தொடக்கூடாதவரை ஏற்றிச் செல்ல மாட்டோம்" என்று மறுத்தனர்.

அவர்கள் தங்களது "மரியாதைக்கு" இது எதிரானது என்று கருதினர்.

ஆனால், அந்த கிராமத்தினர் அம்பேத்கர் நடந்து செல்லக் கூடாது என்று நினைத்தனர்.

எனவே ஒரு சமரசம் செய்தனர்:

வண்டி கொடுக்கப்படும் ஆனால் ஓட்டுநர் ஓட்ட மாட்டார் அவர்களிலேயே ஒருவர் ஓட்ட வேண்டும்

அந்த நபருக்கு ஓட்டத் தெரியாது. பயந்ததால் கட்டுப்பாட்டை இழந்தார். அதனால் விபத்து ஏற்பட்டது.

இந்த சம்பவத்தின் பாடம்

இந்த சம்பவம் ஒரு ஆழமான உண்மையை வெளிப்படுத்தியது:

ஒரு சாதாரண குதிரைவண்டி ஓட்டுநருக்குக் கூட,
“நான் தொடக்கூடாதவனை விட உயர்ந்தவன்” என்ற எண்ணம் இருந்தது.
அவர் ஒரு பெரிய கல்வியாளர், வழக்கறிஞர் என்றாலும்,
சாதி முன்னிலையில் அது எந்த மதிப்பும் பெறவில்லை.
அவருடைய மரியாதையை காப்பாற்ற முயன்றவர்கள்,
அவருடைய உயிரையே ஆபத்தில் வைத்தனர்.

அதிகாரம் 4

1934 ஆம் ஆண்டு, B. R. Ambedkar அவர்களின் சமூக இயக்கத்தில் இணைந்திருந்த சில நண்பர்கள், “சுற்றுலா பயணம் ஒன்றை நடத்தலாம்; நீங்கள் கூட வர வேண்டும்” என்று கேட்டனர். அவர் அதற்கு சம்மதித்தார்.

அந்த பயணத் திட்டத்தில் முக்கியமாக Ellora Caves (வேரூல் புத்த குகைகள்) பார்வை இடம் சேர்க்கப்பட்டது. இதற்காக அவர்கள் Nasik சென்று, அங்கிருந்து குழுவினர் அனைவரும் சேர்ந்து பயணம் செய்ய திட்டமிட்டனர்.

வேரூலுக்கு செல்ல, Aurangabad வழியாக செல்ல வேண்டியது. அப்போது அந்த பகுதி Hyderabad State ஆட்சிக்குட்பட்டது.

பாதையில் Daulatabad என்ற இடமும் இருந்தது. அது ஒருகாலத்தில் Ramdeo Rai ஆட்சி செய்த முக்கிய தலைநகரமாக இருந்தது. அங்குள்ள கோட்டை ஒரு முக்கிய வரலாற்றுச் சின்னம் என்பதால், அதையும் பார்வையிட அவர்கள் முடிவு செய்தனர்.

பயணம் – மறைமுகமாக

அவர்கள் சுமார் 30 பேர். பேருந்துகள் மற்றும் கார்கள் வாடகைக்கு எடுத்து புறப்பட்டனர்.

இந்தப் பயணம் பற்றி பொதுமக்களுக்கு முன்கூட்டியே அறிவிக்கவில்லை. காரணம்:

"தொடக்கூடாதவர்கள்" என்ற அடையாளம் தெரிந்தால்,
பயணத்தின் போது பல சிரமங்கள் வரும் என்பதால்.

ஆனால் தங்கும் இடங்களில் உள்ளவர்களுக்கு மட்டும் தகவல் கொடுத்தனர்.

டௌலதாபாத் – வரவேற்பு மற்றும் மறுப்பு

டௌலதாபாத் நகர நுழைவாயிலில், அங்குள்ள தொடக்கூடாத மக்கள் அவர்களை வரவேற்றனர்.

அவர்கள், "முதலில் தேநீர் குடித்து ஓய்வு எடுத்துவிட்டு, பின்னர் கோட்டை பாருங்கள்" என்றனர்.

ஆனால் குழுவினர்:

"முதலில் கோட்டை பார்க்க வேண்டும்; இருட்டாகிவிடும் முன் முடிக்க வேண்டும்" என்று கூறி, பின்னர் திரும்பும்போது தேநீர் அருந்துவதாக சொன்னார்கள்.

தண்ணீர் – ஒரு பெரிய பிரச்சனை

அந்த நேரம் ரம்ஜான் மாதம். கோட்டை வாசலுக்கு வெளியே ஒரு பெரிய குளம் இருந்தது.

பயணத்தின் காரணமாக அனைவரும் தூசியில் மூழ்கியிருந்தனர். சிலர் யோசிக்காமல் அந்த குளத்தில் இருந்து தண்ணீர் எடுத்து முகம், கால்களை கழுவினர்.

திடீர் எதிர்ப்பு

அவர்கள் கோட்டையின் வாசலுக்குள் சென்ற சில நிமிடங்களில், ஒரு வயதான முஸ்லீம் நபர் கோபமாக கத்தினார்:

“இந்த ‘தெட்ஸ்’ (தொடக்கூடாதவர்கள்) குளத்தை மாசுபடுத்திவிட்டார்கள்!”

அந்தக் குரலைக் கேட்டதும், அருகிலிருந்த முஸ்லீம்கள் அனைவரும் கூடி, கோபமாக திட்ட ஆரம்பித்தனர்:

“இவர்கள் தங்கள் நிலையை மறந்துவிட்டார்கள்!”

“இவர்களுக்கு பாடம் கற்பிக்க வேண்டும்!”

அவர்கள் மிகவும் அச்சுறுத்தும் நிலையில் இருந்தனர்.

விளக்கம் – ஏற்றுக்கொள்ளப்படவில்லை

அம்பேத்கரும் குழுவினரும்:

“நாங்கள் வெளியூரவர்கள்; இந்த வழக்கம் தெரியவில்லை”

என்று விளக்கினர்.

ஆனால் அவர்கள் கேட்கவில்லை.

அதற்கு பதிலாக, அங்குள்ள தொடக்கூடாதவர்களை குற்றம் சாட்டினர்:

“இந்தக் குளத்தை நீங்கள் பயன்படுத்தக் கூடாது என்று சொல்லவில்லையா?”

அவர்கள் “நாங்கள் அங்கே இல்லையே” என்று கூறினாலும், யாரும் கேட்கவில்லை.

பதற்றமான நிலை

நிலைமை மிகவும் தீவிரமடைந்தது. ஒரு கலவரம் கூட ஏற்படக்கூடிய சூழ்நிலை.

அம்பேத்கர் தன்னைக் கட்டுப்படுத்திக் கொண்டார்.

ஒரு இளைஞர் முஸ்லீம் தொடர்ந்து:
"ஒவ்வொருவரும் தங்கள் மத விதிகளைப் பின்பற்ற வேண்டும்"
என்று கூறினார்.

அதற்கு அம்பேத்கர் கோபமாக கேட்டார்:
"அதுதானா உங்கள் மதம் கற்பிப்பது? ஒரு தொடக்கூடாதவர் முஸ்லீமாக மாறினாலும்,
அவருக்கு இந்த தண்ணீர் கிடைக்காதா?"

இந்த கேள்விக்கு யாரும் பதில் சொல்லவில்லை.

அனுமதி – ஆனால் நிபந்தனை

பின்னர் காவலாளியிடம் அனுமதி கேட்டனர்.

அவரது பெயரை எழுதிக் கொடுத்தார். உள்ளே அனுமதி கிடைத்தது.

ஆனால் ஒரு நிபந்தனை:
"கோட்டையின் உள்ளே எங்கும் தண்ணீரைத் தொடக்கூடாது"
ஒரு ஆயுதம் ஏந்திய சிப்பாய் அவர்களுடன் அனுப்பப்பட்டார்

இந்த சம்பவத்தின் உண்மை

இந்த அனுபவம் ஒரு மிக முக்கியமான உண்மையை காட்டியது:

ஒரு இந்துவுக்கு தொடக்கூடாதவன் என்றால்,
அவன் பார்சிக்கும் தொடக்கூடாதவன், முஸ்லீமுக்கும் தொடக்கூடாதவனே.

அதிகாரம் 5

இந்த அதிகாரம், தொடக்கூடாதவர்களின் நிலையை வெளிப்படுத்தும் இன்னொரு உருக்கமான சம்பவத்தை எடுத்துக்காட்டுகிறது. இது கத்தியாக்வார் பகுதியிலுள்ள ஒரு கிராமத்தில் பணியாற்றிய ஒரு தொடக்கூடாத பள்ளி ஆசிரியரின் அனுபவம்.

இந்த சம்பவம், Young India என்ற இதழில் 1929 டிசம்பர் 12 அன்று வெளியான ஒரு கடிதத்தின் மூலம் வெளிச்சத்துக்கு வந்தது. அந்த இதழை Mahatma Gandhi வெளியிட்டார்.

அந்த ஆசிரியர் தனது கடிதத்தில் கூறுவது:

கடிதத்தின் உள்ளடக்கம் (தமிழாக்கம்)

“இந்த மாதம் 5ஆம் தேதி எனக்கு ஒரு குழந்தை பிறந்தது. 7ஆம் தேதி, என் மனைவி உடல்நலக்குறைவால் பாதிக்கப்பட்டார். அவருக்கு கடுமையான வயிற்றுப்போக்கு ஏற்பட்டது. உடல் பலம் குறைந்து, மார்பு வலி அதிகரித்து, மூச்சு விடுவதும் கடினமாகியது.

நான் ஒரு மருத்துவரை அழைக்கச் சென்றேன். ஆனால் அவர் கூறினார்:

‘நான் ஹரிஜன் வீட்டுக்கு வர மாட்டேன். குழந்தையையும் பார்க்க மாட்டேன்.’

அலுவலகத்தில் அவமதிப்பு

“அலுவலகத்தில் முதலில் சென்றபோது, ஒரு எழுத்தர் என்னை கேலி செய்து கேட்டார்:

‘நீ யார்?’

நான் ‘நான் ஹரிஜன்’ என்று சொன்னேன்.

அவர் கோபமாக:

‘தள்ளி நில்! இவ்வளவு அருகில் நின்றதற்கு துணிச்சலா? வெளியே இருந்தால் அடித்திருப்பேன்!’ என்றார்.

என் சான்றிதழ்களையும், நியமன ஆணையையும் தரையில் போடச் சொன்னார். பின்னர் அதை எடுத்தார்.”

தண்ணீர் கூட கிடைக்கவில்லை

“அலுவலகத்தில் குடிநீர் இருந்தது. ஆனால் நான் அதை தொட முடியாது.

ஒரு தண்ணீர் ஊழியர் இருந்தார். அவர் இல்லையென்றால், நான் தண்ணீர் குடிக்க முடியாது.

எனக்காக ஒரு பழைய கெட்ட பாத்திரம் வைத்திருந்தார்கள்.

அதை யாரும் தொட மாட்டார்கள்.

அந்த ஊழியர் கூட என்னைத் தவிர்க்க முயன்றார்.

நான் தண்ணீர் கேட்க வந்தால், அவர் மறைந்து விடுவார்.

பல நாட்கள் நான் தண்ணீர் இல்லாமல் இருந்தேன்.”

தங்குமிடம் இல்லை

“போர்சாத் பகுதியில் நான் அந்நியன்.

எந்த சாதி இந்துவும் எனக்கு வீடு வாடகைக்கு தரவில்லை.

அங்குள்ள தொடக்கூடாதவர்களும் பயந்தனர்—

'நீ உயர்ந்த பதவியில் இருக்கிறாய்; உன்னை தங்க விட்டால் இந்துக்கள் கோபப்படுவார்கள்' என்று.

உணவுக்குப் போக இடமில்லை.

நான் தினமும் பஜ்ஜி வாங்கி, கிராமத்திற்கு வெளியே தனியாக சாப்பிட்டு, இரவில் அலுவலகத்தின் முன்பகுதியில் தூங்கினேன்."

கடின வாழ்க்கை

"இது தாங்க முடியாத நிலை.

நான் என் ஊரான Jentral சென்றேன். அது 6 மைல் தூரம்.

தினமும் 11 மைல் நடந்து வேலைக்கு போய் வந்தேன்.

இதை ஒரு மாதம் செய்தேன்."

அவமதிப்பு உச்சம்

ஒரு நாள், சாய்ஜ்பூர் கிராம அலுவலகத்தில் வேலைக்காக சென்றேன்.

அங்கு தலைவரும், தலாத்தியும் இருந்தனர். நான் வணக்கம் சொன்னேன். அவர்கள் கவனிக்கவில்லை.

15 நிமிடம் வெளியே நின்றேன். பின்னர் சோர்வால் ஒரு நாற்காலியில் உட்கார்ந்தேன்.

அதை பார்த்ததும் அவர்கள் அமைதியாக வெளியேறிவிட்டனர்.

சில நேரத்தில், ஒரு கூட்டம் வந்து என்னை சுற்றி நின்றது.

ஒரு நூலகர் (கல்வியாளர்!) கோபமாக திட்டினார்:

'இந்த பாங்கி நாயை யார் நாற்காலியில் உட்கார விட்டது?'

அவர்கள் என்னை எழுப்பி, நாற்காலியை எடுத்துச் சென்றனர்.
நான் தரையில் உட்கார்ந்தேன்.

உயிருக்கு ஆபத்து

அந்த கூட்டம் மிகவும் ஆவேசமாக இருந்தது. சிலர் என்னை கொலை செய்யப் போவதாக மிரட்டினர்.

நான் பயந்து, மன்னிப்பு கேட்டேன்.

என்ன செய்யலாம் என்று தெரியாமல், ஒரு கடிதம் எழுதினேன்—
என் மரணம் பற்றி மேலதிகாரிக்கு தெரிவிக்க:

அவர் எழுதிய கடிதம்

"To

Mamlatdar, Taluka Borsad

Sir,

இன்று நான் இறக்கப் போகிறேன்.
என் பெற்றோரிடம் என் மரணத்தை தெரிவிக்கவும்."

அதை கூட்டம் படித்ததும், கிழிக்கச் சொன்னது.

அவர்கள் தொடர்ந்து அவமதித்தனர்:

"நீ பாங்கி; நீ எங்களுடன் சமமாக இருக்க நினைக்கிறாயா?"

நான் வேலை விட்டு விடுவேன் என்று சொல்லி கெஞ்சினேன்.

இரவு 7 மணி வரை என்னை அங்கே வைத்திருந்தனர்.
பின்னர் அவர்கள் சென்றனர்.

முடிவு

நான் 15 நாள் விடுப்பு எடுத்து, மும்பையில் உள்ள என் பெற்றோரிடம் திரும்பிப் போனேன்.

இந்த இறுதி சம்பவத்தின் உண்மை

இந்த சம்பவம் ஒரு மிகக் கடுமையான உண்மையை காட்டுகிறது:

கல்வி, வேலை, பதவி—எதுவும் சாதி முன்னிலையில் மதிப்பில்லாதது.

ஒரு மனிதன் உயர்ந்த பதவியில் இருந்தாலும்,
அவன் "தொடக்கூடாதவன்" என்ற அடையாளம்
அவனை மனிதராக வாழ விடாது.

முடிவுரை

“விசாவுக்காக காத்திருப்பு” என்ற இந்த நூல் முழுவதும், B. R. Ambedkar அவர்கள் தனது வாழ்க்கை அனுபவங்களின் மூலம் ஒரு பெரிய உண்மையை வெளிப்படுத்துகிறார்:

சாதி அடிப்படையிலான பாகுபாடு, மனித மரியாதையை முற்றிலும் அழிக்கும் சக்தி கொண்டது.

பின்னர் நான் நகரத்தின் செல்வந்தரிடம் (நகர்சேத்) மற்றும் உள்ளூர் தலைவரிடம் சென்று உதவி கேட்டேன். அவர்கள் மருத்துவரிடம் பேசினர். இறுதியில், இரண்டு ரூபாய் கட்டணம் கொடுக்கப்படும் என்று உறுதி அளித்தபின், மருத்துவர் வர சம்மதித்தார்.

ஆனால் அவர் ஒரு நிபந்தனை வைத்தார்:

'நான் ஹரிஜன் குடியிருப்புக்குள் வர மாட்டேன். வெளியே கொண்டு வாருங்கள்.'

அதனால், நான் என் மனைவியையும் புதிதாக பிறந்த குழந்தையையும் குடியிருப்புக்கு வெளியே கொண்டு வந்தேன்.

மருத்துவர் நேரடியாக பரிசோதிக்கவில்லை.

அவர் தனது வெப்பமானியை ஒரு முஸ்லீமிடம் கொடுத்தார்.

அவர் அதை எனக்கு கொடுத்தார். நான் அதை என் மனைவிக்கு வைத்தேன். பின்னர் அதே முறையில் திருப்பிக் கொடுத்தேன்.

அவர் விளக்கொளியில் பார்த்து:

'நிமோனியா (நுரையீரல் நோய்)' என்று கூறினார்.

அவர் உடனே சென்றுவிட்டார். மருந்தை அனுப்பினார்.

நான் சந்தையில் இருந்து மருந்து வாங்கி பயன்படுத்தினேன்.

ஆனால் மருத்துவர் மீண்டும் வர மறுத்தார்—even கட்டணம் கொடுத்த பிறகும்.

நோய் மிகவும் ஆபத்தானது. இப்போது கடவுள் மட்டுமே உதவ முடியும்.

என் வாழ்க்கையின் ஒளி அணைந்துவிட்டது.
இன்று மதியம் 2 மணிக்கு என் மனைவி இறந்துவிட்டார்."

உண்மை மற்றும் தாக்கம்

இந்த கடிதத்தில் ஆசிரியரின் பெயர் குறிப்பிடப்படவில்லை.
மருத்துவரின் பெயரும் சொல்லப்படவில்லை.
ஏன்?
பழிவாங்கும் அச்சம் காரணமாக.
ஆனால் இந்த சம்பவம் உண்மையானது.

இந்த சம்பவத்தின் பொருள்

இந்த சம்பவம் ஒரு கடுமையான உண்மையை வெளிப்படுத்துகிறது:
கல்வி கற்ற மருத்துவரே, மனிதாபிமானத்தை விட சாதியை முன்னிலைப்படுத்தினார்
ஒரு உயிரைக் காப்பாற்ற வேண்டிய கடமை இருந்தும், அதை புறக்கணித்தார்
மருத்துவ ஒழுக்கநெறிகளையே மீறினார்
அதன் விளைவு:
ஒரு பெண்ணும், ஒரு குழந்தையும் உயிரிழந்தனர்

அம்பேத்கரின் கருத்து

ஒரு இந்து,
மனிதனாக இருக்க வேண்டிய இடத்தில் கூட,
தொடக்கூடாதவனைத் தொட வேண்டாம் என்பதற்காக
மனிதத்தன்மையை விட்டுவிடத் தயார்.

அதிகாரம் 6

இந்த அதிகாரம், தொடக்கூடாதவர்களின் நிலையை மிகத் தெளிவாக காட்டும் இன்னொரு சம்பவத்தை விவரிக்கிறது.

1938 மார்ச் 6 அன்று, Dadar பகுதியில் உள்ள காசர்வாடியில், பாங்கி (சுத்திகரிப்பு தொழிலாளர்) சமூகத்தினரின் கூட்டம் நடைபெற்றது. இந்தக் கூட்டத்திற்கு Indulal Yagnik தலைமை தாங்கினார்.

அந்தக் கூட்டத்தில், ஒரு இளம் பாங்கி இளைஞன் தனது வாழ்க்கை அனுபவத்தை பகிர்ந்தான்:

கல்வி மற்றும் வேலை

"நான் 1933 ஆம் ஆண்டு உள்ளூர் மொழி இறுதி தேர்வைத் தேர்ச்சி பெற்றேன். ஆங்கிலம் நான்காம் வகுப்பு வரை படித்தேன்.

முதலில் மும்பை நகராட்சியில் ஆசிரியர் வேலைக்கு விண்ணப்பித்தேன். ஆனால் காலியிடங்கள் இல்லாததால் கிடைக்கவில்லை.

பின்னர் Ahmedabad பகுதியில் உள்ள பின்னடைந்தோர் அலுவலகத்தில் 'தலாத்தி' (கிராம நிர்வாக அதிகாரி) வேலைக்கு விண்ணப்பித்தேன். அது கிடைத்தது.

1936 பிப்ரவரி 19 அன்று, Borsad தாலுகாவில் உள்ள மம்லதார் அலுவலகத்தில் பணியில் சேர்ந்தேன்."